நாயன்மார் திறம்

திரு. வி. கலியாணசுந்தரனார்

Title: Nayanmar Thiram

Author: Thiru. V. Kalyanasundaram

Language: Tamil

First Published on: 1937

Year of Publication: 2025

Book Format: Paperback

*Page Size: 6inch * 9inch*

Category: Religious

Subject: Religious Essays

No. of pages: 34

ISBN: 978-81-689505-1-1

Published by: Nilan Publishers, Madurai, Tamilnadu, India

பொருளடக்கம்

முகவுரை

நாயன்மார் என்னும் ஒரு சிறு கட்டுரை *1921*- ஆம் வருட சுதேசமித்திரன் அநுபந்தத்துக்கென என்னால் எழுதப்பட்டது. அக்கட்டுரை முதன் முறை நூல் வடிவாகக் காரைச் சிவனடியார் திருக்கூட்டத்தார் விரும்பியவாறு *1922*-ஆம் ஆண்டில் வெளியிடப்பட்டது. அப்பதிப்பில் பெரு மாறுதல் ஒன்றுஞ் செய்யப்படவில்லை.

இரண்டாம் பதிப்பில் சிற்சில மாறுதல்கள் செய்யப் பட்டன; நூலுக்கு நாயன்மார் திறம் என்னுந் தலைப்புச் சூட்டப்பட்டது.

நூற்கண் சாதிப் பகைமை யின்மை, அன்பு சமய மாண்பு, தொண்டின் சிறப்பு, நாயன்மார் கொண்ட உண்மை உறுதி அஞ்சாமை ஒழுக்கம் வீரம் முதலியன, மக்கட்கு இன்றியமை யாத வேறு பல செம்பொருள்கள் சுருங்க ஓதப்பட்டுள்ளன. திருத்தொண்டத் தொகையும் இதனோடு சேர்க்கப்பட்டிருக் கிறது. தொண்டினிடத்து ஆர்வமுடையார்க்கு இந்நூல் பெருந்துணை செய்யும்.

இராயப்பேட்டை
சென்னை

திருவாரூர் - வி. கலியாணசுந்தரன்.

நாயன்மார் திறம்

பாய வாருயிர் முழுவதும் பசுபதி யடிமை
ஆய வெவ்வகைப் பொருள்களு மவனுடைப் பொருள்கள்
மேய விவ்வண மலதுவே றின்றென வுணர்ந்த
தூய மெய்த்தவத் தடியவர் துணையடி தொழுவாம்.

- கச்சியப்பர்

தோற்றுவாய்

தமிழ் நாட்டில் வாழ்ந்த கடவுள் அடியவர் இருவிதப் பெயரால் அழைக்கப்படுகின்றனர். ஒன்று நாயன்மார் என்பது; மற்றொன்று ஆழ்வார் என்பது. முன்னையது சிவனடியவர்க்கும், பின்னையது திருமாலடியவர்க்கும் வழங்கப்படுகின்றன.

ஆண்டவன் அடிக்கு அன்பு செலுத்தித் தலைமைப் பேறெய்தினவர் நாயன்மார் எனப்படுவர். நாயன் -தலைவன். நாயன்மார் - தலைவர். தலைவனைப் போற்றித் தலைவராயவர் நாயன்மாரென்க. நாயன்மார் என்னுஞ் சொல்லிற்கு வேறு பல பொருள் கூறுவோரும் உளர். பொருள் பலபடினும் கருத்து ஒன்றாக முடியும்.

அறுபத்து மூவரும் அப்பாலவரும்

நாயன்மார் என்னும் பெயர் அறுபத்து மூவர் என்னுந் திருக்கூட்டத்தவர்க்கு வழங்கப்பட்டு வருவது தமிழ்நாட்ட வர்க்குத் தெரியும். அறுபத்து மூவர் என்னுந் தொகைக்குறிப்பைக் கண்டு, அடியவர் அறுபத்து மூவரே என்று கோடலாகாது. அறுபத்து மூவரல்லாத ஏனைய பக்தரும்

அடியவரே யாவர். இவ்வுண்மை, பத்தராய்ப் பணிவார்கள் எல்லார்க்கும் அடியேன், அப்பாலும் அடிசார்ந்த அடியார்க்கும் அடியேன் எனவரூஉந் திருத்தொண்டத் தொகைப் பத்தாஞ் செய்யுளால் நனி விளங்கும்.

இறைவன் ஒருவனே. உலகுக்கு ஒருவனாய் நின்றாய் நீயே என்று அப்பரும், ஒன்றே குலமும் ஒருவனே தேவனும் என்று திருமூலரும் அருளியிருத்தல் காண்க. ஒரே இறைவனுக்குப் பல விடங்களில் பலதிறப் பெயர்கள் வழங்கப்படுகின்றன. தென் னாட்டில் இறைவனுக்கு வழங்கப்படும் பெயர் சிவம் என்பது. இதனை, தென்னாடுடைய சிவனே போற்றி - எந்நாட் டவர்க்கும் இறைவா போற்றி எனவரூஉம் மாணிக்கவாசகனார் திரு வாக்கால் உணர்க. எந்நாட்டவர்க்கும் இறைவனாயுள்ள ஒருவன் திருவடிக்கு அன்பு செய்வோர் எந்நாட்டிலும் இருப்பர். எந் நாட்டன்பரும் அடியவரேயாவர். பின்வருந் தென்னாட்டு மக்கள், தங்கள் நாட்டில் தோன்றிய நாயன்மாரே கடவுள் அடியவரென்றும், மற்ற நாட்டில் அடியவர் தோன்ற மாட்டா ரென்றுங் கொள்ளாதிருக்குமாறு திருத்தொண்டத் தொகை பாடிய பெருமான், அப்பாலும் அடிசார்ந்த அடியார்க்கும் அடியேன் என்று அருளினார். தென்னாட்டுக்கு அப்பாலுள்ள நாடுகளிலும் அடியவருளர் என்பதை அத்திருவாக்கு உணர்த்து கிறது. அப்பாலும் அடி சார்ந்த அடியார்க்கும் அடியேன் என்னும் நன்மொழிக்கு மூவேந்தர் தமிழ் வழங்கும் நாட்டுக் கப்பால் முதல்வனார் அடிசார்ந்த முறைமையோரும் என்று சேக்கிழார் விரிவுரை கூறியிருத்தல் ஈண்டு உன்னற்பாலது.

நூல்வழி

அறுபான் மும்மை நாயன்மாரைப் பற்றிக் கூறும் முதல் நூல் திருத்தொண்டத் தொகை; வழி நூல் நம்பியாண்டார் நம்பி திருவந்தாதி; சார்புநூல் பெரிய புராணம். பின்வந்த நூல்களுஞ் சில உள. அந்நூல்களை நிரலே கிளந்தாய்ந்து எழுதப்புகின், இஃதொரு பெரு நூலாக விரியும். ஆதலால் ஒரு சிறு கட்டுரை

அளவாக இப்பொருளை என் சிற்றறிவிற் கெட்டிய வாறு - என்னால் இயன்ற வரை - சுருங்க எழுதப் புகுகிறேன்.

அன்பில் ஒருமைப்பாடு

நாயன்மார் அறுபத்து மூவரும் தமிழ் நாட்டில் பல்வேறு இடங்களில், பல்வேறு மரபுகளில், பல்வேறு சாதிகளில் தோன்றினவர். அவர்தந் தொண்டுகளும் பலதிறப் பட்டவை. அவர்தந் தொழில்களுங் கோலங்களும் பலதிறப்பட்டவை. நாயன்மார் இடத்தானும், மரபானும், சாதியானும், தொண் டானும், தொழிலானும், கோலத்தானும் வேறு பட்டவரா யினும், கடவுளிடத்தில் அன்பு செலுத்துவதில் அவரெல்லாரும், ஒன்றுபட்டவரே யாவர். இவ்வாறே நமது தேசத்தில் வாழும் மக்கள் பிறப்பாலும் சிறப்பாலும் பிறவாற்றாலும் வேறுபடினும், பொதுஜன சேவையில் ஒன்றுபட்டவர்களா யிருத்தல் வேண்டும். கடவுள் சேவையில் நாயன்மார் வேறுபடாது ஒன்றுபட்டமையான், அவர் வீடுபே றெய்தினர். அவர் இன்னும் ஆலயங்களில் பூசிக்கப் படுகின்றனர். அறுபத்துமூவர் நினைவு தோன்றுங்காலத்து, அவர்தந் தொழில் சாதி முதலியன மனத்தில் தோன்றுகின்றனவோ? இல்லையே. அவரெல்லாருஞ் சிவனடியார் என்னும் ஓரெண்ணமே உள்ளத்தில் எழுகிறது.

சாதிப்புன்மை

அறுபத்துமூவர் அனைவர்க்கும் ஒரேவித பூசை, விழா, வணக்கம் முதலியன நடைபெறுகின்றன. கண்ணப்பரை வேடரென யாவராயினுங் கழிக்கின்றனரோ? திருக்குறிப்புத் தொண்டரை வண்ணாரென எவராவது ஒதுக்குகின்றனரோ? திருநாளைப் போவாரைப் பஞ்சமரென யாராவது தள்ளுகின்றனரோ? இவரனைவரையும் இன்னுங்கோயில்களில் பிராமணரல்லரோ பூசிக்கின்றனர்? இந் நாயன்மாரைப்போல இந்நாள் வாழும் பாரதமக்களும் தேச சேவையில் ஒன்றிய அன்பு கொள்வார் களாயின், உலக இன்பம் விரைவில் எளிதில் கிடைக்கும்.

அறுபத்து மூவருள் வேதியரிருந்தனர்; வேளாளரிருந் தனர்; சாலியர் இருந்தனர்; சான்றார் இருந்தனர்; பஞ்சமர் இருந்தனர்; பரதவர் இருந்தனர்; வண்ணார் இருந்தனர்; வேடர் இருந்தனர்; வேறுபல சாதியாருமிருந்தனர். இப்பெரியவர்கள் தாங்கள் பிறந்த சாதியில் உயர்வு தாழ்வு கற்பித்துக்கொண்டு தாங்கள் செய்த சேவையில் ஒருவரோ டொருவர் மலைந்து பூசல் விளைத்தார்களோ? எல்லோரும் ஆன்மநேய ஒருமைப் பாட்டில் கட்டுப்பட்டுக் கிடந்தனர். அவர்தம் வழி வழி வந்த தமிழ் மக்கள் இப்பொழுது சாதிப் பகைமையில் தலைசிறந்து விளங்குகிறார்கள். என்னே காலம்! என்னே கொடுமை!!

சுந்தரர்

திருத்தொண்டத் தொகை பாடிய சுந்தரமூர்த்தி சுவாமிகள் ஆதிசைவ பிராமண குலத்தில் பிறந்தார்; நரசிங்க முனையர் என்னுங் குறுநில மன்னர் வீட்டில் வளர்ந்தவர்; பாவை என்னும் உருத்திர கணிகையையும், சங்கிலி என்னும் வேளாளப் பெண்ணை யும் மணந்தார். சுந்தர மூர்த்தி சுவாமிகள் வாழ்வில் சாதிப்புன்மை இடம் பெற்றதோ? அப்புன்மை நொறுங்குண்டது என்றே சொல்லலாம்.

திருநாவுக்கரசரும் அப்பூதியடிகளும்

திருநாவுக்கரசர் வேளாளகுலத்தில் பிறந்தவர். இவரைக் குருவாகவும் கடவுளாகவும் பொன்னாகவும் பொருளாகவும் அப்பூதியடிகள் போற்றினார். அப்பூதியடிகள் பிராமண குலத் தில் தோன்றியவர். அப்பூதியடிகள், திருநாவுக்கரசு சுவாமிகள் பால் அன்புகொண்டு, அவரை வரவேற்றுப் போற்றிய முறை களையும், அவரோடமர்ந்து உண்ட நேயத்தையும் அவரது வரலாற்றிற் காண்க.

அப்பரும் சம்பந்தரும்

வயதில் முதிர்ந்த வேளாளராகிய அப்பர் சுவாமிகள், குழந்தைப் பருவமுடைய பிராமணராகிய திருஞானசம்பந்த சுவாமிகளைக் கண்டவுடன் பணிந்ததும், இவர் அவரை என்

அப்பரே(தந்தையரே) என்று கூவி விழுந்ததும், அப்பர், சம்பந்தர் சிவிகையைத் தாங்கியதும், அதையறிந்ததும் சம்பந்தர் அப்பர் திருவடியில் விழுந்து வணங்கியதும் இருவரும் க்ஷேத்திர யாத்திரை செய்து பலதிறக் குலங்களிற்றோன்றிய நாயன்மாரின் மடங்களிலும் வீடுகளிலும் உண்டதும் தமிழ் நாட்டில் நிகழ்ந்தன வேயாம். திருநாவுக்கரசர் - சம்பந்தர் காலத்தில் அடியவரிடைச் சாதிப்புன்மை ஆக்கம் பெறவேயில்லை ஆவுரித்துத் தின்றுழனும் புலையரேனும் - கங்கைவார் சடைக்கரந்தார்க்கு அன்பராகில் அவர்கண்டீர் நாம்வணங்குங் கடவுளாரே என்பது அப்பர் திருவாக்கு. நலமிலராக நலமதுண்டாக நாடவர் நாடறிகின்ற - குலமிலராகக் குலமதுண்டாகத் தவம்பணி சூலச்சிறை பரவும் -கலைமலி காத்தன் என்பது சம்பந்தர் திருவாக்கு.

சேரமானும் வண்ணானும்

சேரமான் பெருமாள் நாயனார் சேரநாட்டு மன்னர். அவர் ஒருநாள் யானைசேனை புடைசூழ நகர்வலம் வந்தபோது, அவரெதிரே ஒரு வண்ணான் வெளுத்த வடிவினனாகப் போந்தான். மழை நீரால் அவன் தலைமீதிருந்த உவர்மண் கரைந்து ஒழுகி அவன் உடலை வெளுக்கச் செய்தது. அவ்வெண்ணிறம் திருநீறு பூசிய வேடம் போல் சேரர்பெருமானுக்குப் புலனாயிற்று. ஆனதும் சேரர் பெருமான் யானைவிட்டிழிந்து வண்ணான் காலில் விழுந்தார். அவன் அஞ்சி, அடி வண்ணான் என்று அலறினான். மன்னர் அடிச்சேரன் என்று விழுந்து விழுந்து அவனை வணங்கினார். மன்னர் பிறப்பெங்கே? வண்ணான் பிறப்பெங்கே? மன்னர் சிறப்பெங்கே? வண்ணான் சிறுமை எங்கே? எல்லாம் அன்புக்குமுன் ஓடின.

நமிநந்தி - திருநீலநக்கர்

சாதியால் தீட்டு உண்டு என்னுங் கருத்துக்கொண்டிருந்த நமிநந்தியடிகளுக்குக் கடவுள், எல்லா மனிதருஞ்

சிவகணங்களே என்ற உண்மையை அறிவுறுத்தியதையும், அந்தணச் செல்வ ராகிய திருநீலநக்கர், தம்மில்லம் போந்த திருநீலகண்ட யாழ்ப்பாணர்க்குத் தம் வீட்டின் நடுவண், வேதிகையின் பாங்கர், இடந் தந்து உபசரித்ததையும், வேறு பல நாயன்மார் சாதி பேதங் கருதாது, எல்லாரிடத்துஞ் சமரச உணர்வுகொண்டு, அன்ன மிட்டு வழிபட்ட வரலாற்றையும் பெரியபுராணத்திற் பரக்கக் காண்க.

சாதி பாராட்டாமை

நாயன்மார் காலத்தில் சாதிபேதம் இருக்கவில்லை என்று சொல்லுதல் முடியாது. அவர்கள் காலத்தில் சாதி பேதம் இருந்தது. ஆனால் சாதிபேதம் பாராட்டப்படவில்லை. சாதி பேதங் கூடாது என்று உபதேசிக்கும் தற்கால நாகரிக தேவதை தாண்டவம் புரியும் இந்த வேளையில், சாதி நிந்தை, சாதிப் பகைமை, சாதிப்பூசல், சாதிக் கூட்டம், சாதிப் பற்று முதலிய கொடுமைகளே நடம் புரிகின்றன. நாயன்மார் காலத்தில் தற்கால நாகரிகம் பரவி யிருக்கவில்லை. ஆனால் அக்காலத்தில் சாதி பேதத்தால் நிந்தையாதல், பகைமையாதல், பிறவாதல் மூண்டு கனன்றெழவில்லை. அக்காலம் நாகரிகக் காலமோ? இக்காலம் நாகரிகக் காலமோ? உண்மையை அறிஞர்கள் ஆராய்வார் களாக.

அந்தணர் பெருமானாகிய சுந்தரமூர்த்தி சுவாமிகள் திருத் தொண்டத் தொகையில் எல்லாச் சாதியாரையும் அடியார்க்கும் அடியேன் என்று வழுத்தி யிருக்கிறார். திருநாவுக்கரசு சுவாமிகள்,

சாத்தி ரம்பல பேசுஞ் சழக்கர்காள்
கோத்தி ரமுங்குல முங்கொண் டென்செய்வீர்
பாத்தி ரஞ்சிவ மென்று பணிதிரேல்
மாத்தி ரைக்குள் அருளு மாற்பேறரே

என்று திருவாய்மலர்ந்திருக்கிறார்கள். வேறு பல நாயன் மாரும் சாதிபேதத்தை மறுத்தோதியிருக்கிறார். நாயன்மார் காலத்தில் சாதி வேற்றுமை யிருந்தும், அதைக் கருதாது, அவர்

அன்பின் வழி நின்று ஒழுகியதுபோல, இக்காலத்தும் அவர்தம் வழித் தோன்றிய தமிழ்மக்கள் சாதியில் கருத்தைச் செலுத்தாது, அன்புநெறிபற்றித் தொண்டு செய்ய முயல்வார்களாக.

அன்பு நெறி

இனி நாயன்மார் சமய நிலையைச் சிறிது ஆராய்வோம். நாயன்மார் அனைவரும் சைவசமயிகள் என்று சிலர் கூறிவிடுவர். நாயன்மார் எத்தகைப் பொருள் கொண்ட சைவ சமயத்தைப் பற்றி ஒழுகினார் என்பது ஆராயத்தக்கது. நாயன்மார் கடவுளைச் சிவமென்னும் நாமத்தால் வழிபட்டு வந்தார். அவர் சிவமென்னுஞ் செம்பொருளை அன்பாகக் கொண்டார்; கண்டார். இதை,

ஈறிலாப் பதங்கள் யாவையுங் கடந்த
இன்பமே என்னுடை யன்பே

என்னுந் திருவாசகமும்,

அன்புஞ் சிவமு மிரண்டென்பர் அறிவிலார்
அன்பு சிவமாவ தாரு மறிகிலார்
அன்பு சிவமாவ தாரு மறிந்தபின்
அன்பே சிவமா யமர்ந்திருப் பாரே

என்னுந் திருமந்திரமும் வலியுறுத்தும்.

அன்பு சமயம்

அன்பாகிய சிவத்தை வழிபடுஞ் சமயநெறிபற்றி ஒழுகினவர் நம் நாயன்மார் என்று தெரிகிறது. சைவம் - சிவசம்பந்தம்; சிவம் -அன்பு; சைவசமயம் - அன்பு சமயம். அன்பு சமயமாகிய சைவசமயமே நாயன்மார் கைக்கொண்டது. நாயன்மார் கடைப் பிடித்த சைவம் சாதிச் சைவமன்று; மடச் சைவமன்று; வேடச் சைவமன்று.

எல்லாவற்றிற்கும் அடிப்படை உண்மை. எல்லா அறங்கட்குந் தாயகம் உண்மை என்று அற நூல்கள் முழங்குகின்றன.

பொய்யாமை பொய்யாமை ஆற்றின் அறம்பிற
செய்யாமை செய்யாமை நன்று

என்றார் திருவள்ளுவரும்.

உண்மை முதலியன

அறுபான் மும்மை நாயன்மார் சரிதங்களில் போந்துள்ள உண்மை, உறுதி, அஞ்சாமை, ஒழுக்கம், வீரம் முதலியன என்றும் அறநெறியை விரும்பும் மக்கட்கு வேண்டற்பாலனவாம். பண்டைக் காலத்தில் இவைகள் மக்களின் உயிரணியாயிருந்தன. இப்பொழுது உடலணிகள் மிக்கு உயிரணிகள் அழிந்தன. அதனால் நாடு துன்பக் கடலில் வீழ்ந்து கிடக்கிறது. நாட்டைத் துன்பக் கடலினின்றும் இன்பக் கரையில் ஏற்றுவிக்கும் நாவாய்கள் உண்மை, உறுதி, அஞ்சாமை, ஒழுக்கம், வீரம் முதலியனவாம். இவைகளை வலியுறுத்தும் நாயன்மார் வரலாற்றை ஓதுவதால் நாட்டுக்கும் உயிருக்கும் இன்பந் தேடுவதாகும். ஏறக்குறைய எல்லா நாயன்மாரும் உண்மை, உறுதி, அஞ்சாமை, ஒழுக்கம், வீரம் முதலியவற்றிற்கு ஊற்றாயுள்ள ஓர் அறநெறிபற்றி ஒழுகினவரே யாவர். ஈண்டுச் சில குறிப்புகளை எடுத்துக் காட்டுகிறேன்.

எடுத்துக்காட்டுகள்

திருநீலகண்ட நாயனார் என்பவர் சிதம்பரத்திலிருந்தவர். அவர் குயவர் குலத்தில் பிறந்தவர். அப்பெரியார் அடியவர் களுக்குத் திருவோடு வனைந்து கொடுக்குந் திருத்தொண்டு செய்துவந்தவர். அவர் சிற்றின்பத்துறையில் எளியராய்ப் பரத்தைபால் அணைந்து நண்ணினார் எனக் கருதி, அவர்தம் மனைவியார், தீண்டுவீராயின் எம்மைத் திருநீலகண்டம் என்று கூறினார். அதுகேட்ட நாயனார், நீ எம்மை என்று பன்மை மொழியால் கூறினமையால், உன்னையும் உன்னினமாகிய

வேறு பெண்களையும் மனத்திலும் இனித் தீண்டுவதில்லை என்று உறுதிசெய்து கொண்டார். தாம் செய்து கொண்ட உறுதிவழியே நாயனார் ஒழுகினார். ஒரே இல்லத்தில் உறையும் மனைவியை மனத்திலும் தீண்டாது வாழ்வது அரிதோ எளிதோ என்பதை அன்பர்கள் சிந்தித்தல் வேண்டும். இத்தகை மனவுறுதி யுடைய மக்களல்லவோ பாரதமாதா வயிற்றில் உதித்தல்வேண்டும்?

காவிரிப்பூம் பட்டினத்தில் இயற்பகையார் என்பவர் ஒருவர் இருந்தனர். அவரது விரதம் எவர் எதைக் கேட்பினும் இல்லை என்னாது வழங்குவது. அவருடைய மனோ நிலையைக் கடவுள் சோதிக்க வேண்டி, ஓரடியவர் வேடந்தாங்கி, அவர்தம் வீடு சேர்ந்து, நாம் ஒன்றுநாடி நும் இல்லம் போந்தோம் என்றார். நாயனார், அஃதென்பால் உள தாயின் கொடுப்பேன் என்றார். சிவனடியார், நும் மனைவி வேண்டும் என்று கேட்டார். நாயனார் மனங் கோணாது தம் இல்லக்கிழத்தியாரை வழங்கினார். 1இச்செயல் எவரே செய்யவல்லார்! இது செயற் கருஞ் செய்கையன்றோ? தாம் ஏற்ற விரதத்துக்கு எவ்வழியிலுங் கேடு நேராவண்ணம் காத்துக் கொண்ட உண்மை நிலையையும், உறுதி பிறழாமையையும், எவர்க்கும் அஞ்சாமையையும் என்னென்று வருணிப்பது? இயற்பகைபோல விரதங் காக்க வல்ல புதல்வர்களல்லவோ பாரத மாதாவின் வயிற்றில் தோன்றல்வேண்டும்?

திருக்கோவலூரில் ஓர் உண்மையாளரிருந்தார். அவர் மெய்ப்பொருள் நாயனார் என்பவர். அவர் திருக்கோவலூரை ஆண்ட மன்னருள் ஒருவர். மெய்ப்பொருள் நாயனார் ஆட்சியில் நகர முழுதும் உண்மை கடைப்பிடித் தொழுகும் அறமணமே கமழ்ந்து கொண்டிருந்தது. அவர் ஆட்சியில் பொறாமை கொண்ட முத்தநாதன் என்பவன் பன்முறை மெய்ப்பொருள் நாயனாரோடு எதிர்த்துத் தோல்வியுற்றான். முடிவில் முத்த நாதன், சிவனடியார் வேடந்தாங்கி மெய்ப்பொருளை வஞ்சனை யால் கொல்ல வேண்டும் என்று எண்ணி, உடல் முழுவதும் திருநீறு பூசித், தலையில் சடை

புனைந்து, உடைவாள் மறைக்கப் பெற்றிருந்த ஒரு புத்தகக் கவளியேந்தி, மைபொதி விளக்குப் போல மனத்தினுட் கறுப்புக்கொண்டு, பொய்வேடந் தாங்கி நாயனார் அரண்மனை நுழைந்தான். திருடன், எல்லாப் படிகளையுங் கடந்து, கடைசிப் படி வாயில்காவலனாகிய தத்தன் என்பான் தன்னைத் தடுத்தும், சிவனடியார் என்னும் உரிமை கொண்டு, மன்னர் துயில் அறைக்குச் சென்றான். அரசர் அவனைக் கண்டதும் எழுந்து வணங்கி இருக்கச் செய்தார். பகைவன், மெய்ப்பொருளே! சிவபிரான் அருளிய ஓர் ஆகமத்தை உனக்கு உபதேசிக்க இங்கு வந்தேன். உன் மனைவி இங்கே யிருத்தலாகாது. எனக்கோர் உயர்பீடம் அமைப்பாயாக. நீ கீழேயிருந்து யான் சொல்வதைக் கேட்டல் வேண்டும் என்றான். உண்மை கடைப்பிடித் தொழுகும் நாயனார், பாவி சொற்படி மனைவியை வெளியே செல்லுமாறு கட்டளை யிட்டுப், பீடமமைத்து, அதிலே வஞ்சகனை யிருக்கச்செய்து, தாங் கீழேயிருந்து உபதேசத்தைச் செவிமடுக்கப் பேராவல் கொண்டு அவனை வணங்கினார். அப்பொழுது, இரக்கமிலா அரக்கன் புத்தக மெடுப்பதுபோலப், பையிலிருந்து உடைவாளை எடுத்து மெய்ப்பொருளைக் குத்தினான். இரத்த வெள்ளம் பெருகிற்று. அவ்விடத்திலேயே மனம் வைத்திருந்த தத்தன் ஓடிவந்து முத்தநாதனைக் கொல்லத் தொடங்கினான். அவ் வேளையில் மெய்ப்பொருள் நாயனார் சினமுற்றனரோ? முத்தநாதன்மீது வன்மங் கொண்டனரோ? முத்தநாதனைக் கொல்லுமாறு தத்தனை ஏவினரோ? பின்னை என்ன செய்தர்? இரத்தஞ் சோர நிலத்தில் விழும் மெய்ப்பொருளார், வாளோச்சி நிற்கும் தத்தனை நோக்கி, தத்தா! இவர் நம்மவர் என்று நீண்ட கையால் தடுத்து, ஊரவராலும், மற்றவராலும் இப் பெரியார்க்கு எவ்விதத் தீங்கும் நேராதவாறு பாதுகாத்து, இவரைக் கொண்டுபோய் நகரத்துக்கப்பால் விடுத்து வருவாயாக என்று ஆணைதந்தார். தத்தனும் மன்னர் ஆணைப்படியே செய்தான். முத்தநாதன் எவ்வித இடையூறுமின்றி நகரத்தை விட்டேகினான் என்ற செய்தி நாயனார் செவிக்கெட்டிய பின்னரே அவரது உயிர் சிவபதமடைந்தது. தம்மைக் கொன்ற பாவியின் உயிர்க்குந்

தீங்கு செய்யாத அந்தணரை ஈன்ற நாடு நமது தமிழ்நாடு. மெய்ப்பொருள் போன்ற பல மெய்ப் பொருள்கள் இவ்வேளை நந்தாய் வயிற்றில் பிறத்தல் வேண்டும்.

திருநாவுக்கரசர் வரலாறு தமிழ்நாட்டவர்க்கு நன்கு தெரியும். அவர், அவர்தம் தமக்கையாராகிய திலகவதியாரால் ஞான தீக்கை செய்விக்கப்பெற்ற பின்னர்த் தூய்மை பெற்று ஆண்டவன் அடியவரானார். ஆண்டவன் அடியவர் என்பதற்கு அறிகுறிகள் பல உண்டு. அவைகளுள் சிறந்தன இரண்டு. ஒன்று உண்மை கடைப்பிடித்தல்; மற்றொன்று அச்சம் அறியாமை. உண்மையுள்ள விடத்தில் அஞ்சாமை யிருக்கும். இஃதுள்ள விடத்தில் அஃதிருக்கும். திருநாவுக்கரசரிடத்தில் இவ்விரண்டுஞ் சிறந்து விளங்கின.

மெய்ம்மையாம் உழவைச் செய்து விருப்பெனும் வித்தை வித்திப்
பொய்மையாங் களையை வாங்கிப் பொறையெனும் நீரைப்பாய்ச்சித்
தம்மையும் நோக்கிக் கண்டு தகவெனும் வேலி யிட்டுச்
செம்மையுள் நிற்ப ராகிற் சிவகதி விளையு மன்றே
பொய்யஞ்சி வாய்மைகள் பேசிப் புகழ்புரிந் தார்க்கருள் செய்யும்
ஐயஞ்சி னப்புறத் தானும் ஆரூ ரமர்ந்த அம்மானே

இவை திருநாவுக்கரசர் திருவாக்குகள். இவைகளால் அவர் கடைப்பிடித்த உண்மைநெறி விளங்குகிறது.

திருநாவுக்கரசரை ஒறுக்க நினைந்து, அவரை அழைத்து வருமாறு மன்னன் அமைச்சரை ஏவியபோது, அவர் சிறிதும் அச்சங் கொள்ளாது, ஒரு பதிகம் பாடினார். அப்பதிகம் அஞ்சாமைக்கு உறையுளாக நிற்பது. அப்பதிகப் பாக்களுள் சில வருமாறு:-

நாமார்க்குங் குடியல்லோம் நமனை யஞ்சோம்
நரகத்தி லிடர்ப்படோம் நடலை யில்லோம்

ஏமாப்போம் பிணியறியோம் பணிவோ மல்லோம்
இன்பமே யெந்நாளுந் துன்ப மில்லை
தாமார்க்குங் குடியல்லாத் தன்மை யான
சங்கரன்நற் சங்கவெண் குழையோர் காதிற்
கோமாற்கே நாமென்றும் மீளா ஆளாய்க்
கொய்ம்மலர்ச்சே வடியிணையே குறுகி னோமே
அகலிடமே இடமாக ஊர்கள் தோறும்
அட்டுண்பார் இட்டுண்பார் விலக்கார் ஐயம்
புகலிடமாம் அம்பலங்கள் பூமி தேவி
யுடன்கிடந்தாற் புரட்டாள்பொய் யன்று மெய்யே
இகலுடைய விடையுடையான் ஏன்று கொண்டான்
இனியேதுங் குறைவிலோம் இடர்கள் தீர்ந்தோம்
துகிலுடுத்துப் பொன்பூண்டு திரிவார் சொல்லுஞ்
சொற்கேட்கக் கடவோமோ துரிசற் றோமே
வாராண்ட கொங்கையர்சேர் மனையிற் சேரோம்
மாதேவா மாதேவா என்று வாழ்த்தி
நீராண்ட புரோதாயம் ஆடப் பெற்றோம்
நீறணியுங் கோலமே நிகழப் பெற்றோம்
காராண்ட மழைபோலக் கண்ணீர் சோரக்
கன்மனமே நன்மனமாக் கரையப் பெற்றோம்
பாராண்டு பகடேரி வருவார் சொல்லும்
பணிகேட்கக் கடவோமோ பற்றற் றோமே
என்றுநாம் யாவர்க்கும் இடைவோ மல்லோம்
இருநிலத்தில் எமக்கெதிரா வாரு மில்லை
சென்றுநாம் சிறுதெய்வம் சேர்வோ மல்லோம்
சிவபெருமான் திருவடியே சேரப் பெற்றோம்
ஒன்றினாற் குறையுடையோ மல்லோ மன்றோ
உறுபிணியார் செறலொழிந்திட் டோடிப் போனார்
பொன்றினார் தலைமாலை யணிந்த சென்னிப்
புண்ணியனை நண்ணியபுண் ணியத்து ளோமே
சடையுடையான் சங்கக் குழையோர் காதன்

சாம்பலும் பாம்பும் அணிந்த மேனி
விடையுடையான் வேங்கை அதள்மே லாடை
வெள்ளிபோற் புள்ளியுழை மான்தோல் சார்ந்த
உடையுடையான் நம்மை யுடையான் கண்டீர்
உம்மோடு மற்று முளராய் நின்ற
படையுடையான் பணிகேட்கும் பணியோ மல்லோம்
பாசமற வீசும் படியோ நாமே

அஞ்சாமை திகழச் சுவாமிகள் அருளிய பாக்கள் இன்னும் பல உண்டு. அவைகளில் இரண்டொன்று வருமாறு:-

அஞ்சாமை யாதொன்று மில்லை அஞ்ச வருவது மில்லை
மண்பா தலம்புக்கு மால்கடல் மூடிமற் றேழுலகும்
விண்பால் திசைகெட் டிருசுடர் வீழினு மஞ்சல்நெஞ்சே
திண்பால் நமக்கொன்று கண்டோந் திருப்பா திரிப்புலியூர்க்
கண்பாவு நெற்றிக் கடவுட் சுடரான் கழலிணையே
வானந் துளங்கிலென் மண்கம்ப மாகிலென் மால்வரையும்
தானந் துளங்கித் தலைதடு மாறிலென் தண்கடலும்
மீனம் படிலென் விரிசுடர் வீழிலென் வேலைநஞ்சுண்
டூனமொன் றில்லா ஒருவனுக் காட்பட்ட உத்தமர்க்கே

இப்பாக்களை உற்று நோக்கினால் நாவரசர் நிலை நன்கு புலனாகும்.

பல்லவன், சுவாமிகளை நீற்றறையில் நிறுத்தியபோதும், நஞ்சூட்டி வஞ்சித்தபோதும், மிதிக்குமாறு யானையைத் தூண்டிய போதும், கல்லோடு பிணித்துக் கடலி லெறிந்த போதும், அடிகள் தெறல்களை யெல்லாந் தாங்கிப் பொறுத்துக் கொண்டிருந்து, எவ்வுயிர்க்குந் தீங்கு செய்யாத அறத்தைக் கடைப்பிடித் தொழுகினார். உண்மையும் அஞ்சாமையும் மலர்ந்துள்ள நெஞ்சில் பொறுமையும், மாற்றாரிடத்தும் அன்பு சொரிதலும், எவ்வுயிர்க்குந் தீங்கு செய்யாமையும் நிலவுதல் இயல்பு. இவ்வியல்புடையவரே

வீரராவர். இவ்வீரப்பிள்ளைகள் நமது பரத கண்டத்தில் தோன்றுவார்களாக.

நாயன்மார் உண்மையுடையவராதலின், அவர் ஒழுக்கத்தை உயிரினும் ஓம்பி வந்தார்; அவர் வைராக்கியத்தைச் சாதிக்கும் ஆன்மசக்தி பெற்றிருந்தார். ஒருவனுடைய வாழ்வு அவனது ஒழுக்கத்தையே பொறுத்து நிற்கிறது. ஒழுக்கமில்லாதவன் உயிரில்லாதவன். ஒழுக்கமில்லா மாந்தர் நடைப் பிணங்களாவர். ஒழுக்கத்தின் மேன்மை உணராது வாழ்பவன் மனிதப் பிறவி தாங்கினவனாகான். நாயன்மார் அனைவரும் உயிர் விளக்கத்துக்கு ஆதாரமான ஒழுக்கத்தை உயிரினும் ஓம்பினமையான், அவர் செயற்கருஞ் செயல்களை மிக எளிதில் செய்து, பெறற்கரும் பேறுகளைப் பெற்றார்.

ஒழுக்கஞ் சிறந்ததென்பதை அறிவுறுத்தும் நாயன்மார் வரலாறுகள் பல இருக்கின்றன. ஈண்டு ஒருவர் ஒழுக்க நிலை குறித்தல் சாலும். தம்பிரான் தோழரென்னுஞ் சுந்தரமூர்த்தி சுவாமிகள் வரலாற்றில் ஒழுக்கத்தின் மேன்மை உள்ளங்கை நெல்லிக்கனிபோல் விளங்குகிறது. சுந்தரமூர்த்தி சுவாமிகள் இல்லறத்திலிருந்து கடவுளைப் போற்றினவர்; கடவுள் வாயி லாகத் தாம் வேண்டும் பொன் பொருள் பெண் முதலியவற்றைப் பெற்றவர்; கடவுளுக்கு நண்பரெனப் போற்றப்பட்டவர். சுருங்கக்கூறின் சுந்தரமூர்த்தி சுவாமிகள் தாம் விரும்பியவாறு கடவுளை ஏவல்கொண்டவர் என்று கூறலாம். ஆண்டவனையே தோழராகக் கொண்ட ஒருவர்தம் பெருமையை என்னென்று இயம்புவது? இத்துணைச் சிறப்பு வாய்ந்த சுந்தரமூர்த்தி சுவாமிகள் ஒருமுறை கூறிய உறுதிமொழியினின்றும் பிறழ்ந் ததைக் காரண மாகக்கொண்டு கடவுள் அவருடைய கண்கள் இரண்டையும் பிடுங்கிவிட்டார். கடவுள் அன்பரது நட்பைப் பார்க்கிலும் அவரது ஒழுக்க நீதியையே சிறப்பாகக் கொள்வர்.

சுந்தரமூர்த்தி சுவாமிகள் தொண்டை நாட்டுத் திருப்பதி களைத் தொழுது திருவொற்றியூர் சேர்ந்தபோது, அங்கே இறைவனுக்குப் புட்பத்தொண்டு செய்து கொண்டிருந்த

சங்கிலியார் என்பவரைக் கண்டு காதலுற்று, அவரைத் தாம் மணம்புரிய விரும்பித் தந்தோழராகிய ஆண்டவனை வழக்கம் போலக் கேட்டார். பாவையாரை முன்னர்ச் சுவாமிகளுக்கு மணஞ் செய்வித்த சிவ பெருமான் சங்கிலியாரையும் அவருக்கு அளிக்க இசைந்தனர். ஆனால் கடவுள் சங்கிலியாரைக் கொண்டு, மற்றொரு மனைவி வாழுந் திருவாரூர்க்கு மீண்டுஞ் செல்லேன் என்ற உறுதி மொழியைப் பசுமை நிறைந்த மகிழமரத்தடியில் சுந்தரர் வாயிலாக வாங்குவித்தார். சுந்தரர் தாங்கூறிய உறுதி மொழிப்படி சில நாள் சங்கிலியாரோடு திருவொற்றியூரில் வாழ்ந்தார். ஒருநாள் சுந்தரர்க்குத் திருவாரூர் நினைவு தோன்றித் திருவாரூர்க்குச் செல்லப் புறப்பட்டுத் திருவொற்றியூர் எல்லை கடந்தார்; கடந்ததும் அவருடைய இரண்டு கண்களும் பட்டன. என் செய்வார்!

சுந்தரர் ஆண்டவனோடு தாம் நட்புரிமைகொண்டமை யான், தாம் என் செயினும் கடவுள் மன்னித்துவிடுவார் என்று கருதினர்போலும்! இறைவனுக்கு வேண்டுவது ஒழுக்கம். சுந்தரமூர்த்தி சத்தியந் தவறியபடியால், கடவுள் அவர்க்குப் பாடங் கற்பித்தார். கடவுளைத் தோழராகக் கொண்டு, அவர் வாயிலாக எல்லா இன்பங்களையும் நுகர்ந்து வந்த சுந்தரமூர்த்தி, ஒருமுறை ஒரே குற்றஞ் செய்ததற்குக் கடவுள் அவரை மன்னியாது ஒறுத்தாரெனின், காலை முதல் மாலை வரை - வாழ்நாள் முழுதும் - பொய்யே நினைந்து, பொய்யே பேசி, பொய்யே செய்து வாழ்வோரது பின்னைய கதி எவ்வாறாமோ? கடவுள் நீதி வடிவாக விளங்குபவர். அவர் நடுநிலை பிறழாது நீதிபுரிவோர். சுந்தரர் நண்பரென்று அவர் செய்த தவறுதலுக்கு அவரைக் கடவுள் மன்னித்து விட்டாரோ? சுந்தரமூர்த்தி சுவாமிகள் ஒழுக்கத்தின் மேன்மை யுணர்ந்து அன்றுமுதல் கடவுளைப் பாடும்போதெல்லாம் கடவுள் ஒழுக்கமயமா யிருப்பவர் என்னுங் குறிப்புவிளங்க ஓதிக்கொண்டு வந்தார். அத்திருப் பாடல்களுள் சில வருமாறு:-

அழுக்கு மெய்கொடுன் திருவடி யடைந்தேன்

அதுவு நான்படப் பாலதொன் றானால்
பிழுக்கை வாரியும் பால்கொள்வ ரடிகேள்
பிழைப்ப னாகிலுந் திருவடிப் பிழையேன்
வழுக்கி வீழினுந் திருப்பெய ரல்லால்
மற்று நானறி யேன்மறு மாற்றம்
ஒழுக்க வென்கணுக் கொருமருந் துரையாய்
ஒற்றி யூரெனும் ஊருறை வானே
மானை நோக்கியர் கண்வலைப் பட்டு
வருந்தி யானுற்ற வல்வினைக் கஞ்சித்
தேனை யாடிய கொன்றையி னாயுன்
சீல முங்குண முஞ்சிந்தி யாதே
நானு மித்தனை வேண்டுவ தடியேன்
உயிரொடு நரகத்தழுந் தாமை
ஊன முள்ளன தீர்த்தருள் செய்யாய்
ஒற்றி யூரெனும் ஊருறை வானே
விண்பணிந் தேத்தும் வேதியர் மாதர்
வெருவிட வேழமொன் றுரித்தாய்
செண்பகச் சோலை சூழ்திரு முல்லை
வாயிலாய் தேவர்தம் மரசே
தண்பொழி லொற்றி மாநக ருடையாய்
சங்கிலிக் காஎன்கண் கொண்ட
பண்பநின் னடியேன் படுதுயர் களையாய்
பாசுப தாபரஞ் சுடரே
செய்வினை யொன் றறியாதேன் திருவடியே சரணென்று
பொய்யடியேன் பிழைத்திடினும் பொறுத்திடநீ

வேண்டாவோ
பையரவாவிங் கிருந்தாயோ என்னப் பரிந்தென்னை
உய்யவருள் செய்யவல்லான் உளோம்போகீ ரென்றானே
ஆலந் தானுகந் தமுது செய்தானை
ஆதி யைஅம ரர்தொழு தேத்துஞ்

சீலந் தான்பெரி துழடை யானைச்

சிந்திப் பாரவர் சிந்தையு ளானை

ஏல வார்குழ லாளுமை நங்கை

என்று மேத்தி வழிபடப் பெற்ற

கால காலனைக் கம்ப னெம்மானைக்

காணக் கண்ணடி யேன்பெற்ற வாறே

குறைவிலா நிறைவே குணக்குன்றே

கூத்தனே குழைக்கா துடையானே

உறவிலேன் உனையன்றி மற்றடியேன்

ஒருபிழை பொறுத்தா லிழிவுண்டோ

சிறைவண் டார்பொழில்சூழ் திருவாரூர்ச்

செம்பொனே திருவா வடுதுறையுள்

அறவனே யெனைஅஞ்ச லென்றருளா

யாரெனக் குறவமரர்க ளேறே

கடவுள் தண்டனை என்பது இரக்கத்தால் நிகழ்வது. செய்த குற்றத்தை யுணர்ந்து, அது குறித்துக் கசிந்து கசிந்துருகி அழுவோர்க்குக் கடவுள் உடனே அருள்செய்வர். சுந்தரர் அழுது அழுது கண்களைப் பெற்றனர். அவர்தம் வரலாற்றால் ஒழுக்கத்தின் விழுப்பம் விளங்குதல் காண்க.

செருத்துணை நாயனார் என்பவர் திருவாரூரில் கமலாலயத்தில் புட்பத் திருத்தொண்டு செய்துகொண்டிருந்தபோது கழற்சிங்க நாயனாரும், அவர்தம் மனைவியாரும் சுவாமி தரிசனஞ் செய்து முன் பின்னாகத் திருக்கோயில் வலம் வந்தனர். அம்மையார் புட்பமண்டபத்துக்கு வெளியே கிடந்த ஒரு பூவையெடுத்து மோந்தனர். அது கண்ட செருத்துணையார், கழற்சிங்கர் மனைவியார் மூக்கை அறுத்தனர். சோர்ந்து விழுந்த தேவியரது அழுகை கேட்ட கழற்சிங்க நாயனார், ஆண்டுப் போந்து, நிகழ்ந்த செய்தியை விசாரித்து, முதலில் மலரைத் தொட்டது கரமாதலால் அதைத் துணித்தல் வேண்டுமென்று தேவியார் கரத்தைத் தாமே

கொய்தார். கழற்சிங்கர் ஒரு மன்னர்; செருத்துணையார் ஒரு வேளாளர். இருவருந் தொண்டர். மலரை முகந்தவர் மன்னர் மனைவியார் என்று அஞ்சித் செருத்துணையார் அவரைத் தண்டியாது விடுத்தனரோ? நீதிக்கு மன்னர் மனைவியானா லென்ன? மற்றவர் மனைவியான லென்ன? கழற்சிங்கர் தாம் மன்னர் என்னும் இறுமாப்பால் தம் மனைவியார் மூக்கையறுத்த தொண்டரைத் தண்டித்தாரோ? தம் மனைவியார் சிவாலயத்தில் சிவபிரானுக்குரிய பூவைத் தொட்டதே குற்றம் என்று தம் மனைவியாரின் கரத்தைத் தாமே துண்டித்தார். தண்டனை கொடுமையாயிருக்கலாம். இருவரும் நீதி ஒழுக்கத் தருமத்தில் பிறழவில்லை யென்பதையே ஈண்டுக் கருதுதல் வேண்டும்.

பெண்மணிகள்

நாயன்மாருள் பெண்மக்களு முளர். காரைக்கா லம்மையார், மங்கையர்க்கரசியார் இவ்விருவர் பெருமை வருணிக்கற்பாலதன்று. காரைக்காலம்மையார் அன்பும் அறிவும் நிரம்பப் பெற்றும், அவையில்லா நாயகனோடு கலந்து இல்லறம் நடாத்தி, அவன் மனத்துக்கிசைய ஒழுகிவந்தார். அம்மையார் திருவருளால் மாம்பழம் பெற்றதைக் கண்டு நாயகன் இது தெய்வம் என்று எண்ணிப் பாண்டிநாட்டுக்குச் சென்றான். சென்ற நாயகனை மறவாது காரைக்காலம்மையார் மனத்தில் போற்றியே வந்தனர். பிரிந்த நாயகன் பாண்டி நாட்டில் வேறொரு மாதினை மணம் புரிந்து, பிள்ளை பெற்று, அப்பிள்ளைக்கு முதல் மனைவியாரின் பெயரை சூட்டி, அம்மையாரைக் குலதெய்வமாகத் தொழுது வந்தான். சிலநாள் கழித்து அம்மையார் உறவினரோடு நாயகன் பதிக்குச் சென்று தம் வருகையை அவனுக்குத் தெரிவித்தனர். அவன் இரண்டாம் மனைவி மக்களோடு போந்து, அம்மையார் திருவடியில் விழுந்து வணங்கினான். அவன் செயல்கண்ட அம்மையார், இவன் பொருட்டு ஓம்பிய இப்புலால் உடல் எற்றுக்கு என்று உதறினார். உதறினதும் அம்மையார் பேய் வடிவம் பெற்றார். அம்மையார் கல்வி நிலையும், ஞான நிலையும் வருணனைக் கெட்டாதன.

அத்துணைக் கல்விஞானம் பெற்றிருந்தும், அவர், தம் நாயகன் பிரியு மட்டும் தாம் அவனை விடுத்துப் பிரியாம லும், தமது நிலையை ஏனையோர்க்குப் புலப்படுத்தாமலும் வாழ்ந்து வந்ததை இக்காலப் பெண்மக்கள் உற்றுநோக்கி உய்த்துணரல் வேண்டும். அம்மையாரின் தத்துவஞானப் புலமை கீழ்வரும் (அம்மையார் அருளிச்செய்த) சில பாக்களால் நன்கு புலனாகும்.

இடர்களையா ரேனும் எமக்கிரங்கா ரேனும்
படருநெறி பணியா ரேனும் - சுடருருவில்
என்பறாக் கோலத் தெரியாடு மெம்மானார்க்
கன்பறா தென்னெஞ் சவர்க்கு
இறைவனே எவ்வுயிருந் தோற்றுவிப்பான் தோற்றி
இறைவனே யீண்டிறக்கஞ் செய்வான் -இறைவனே
எந்தா யெனவிரங்கும் எங்கள்மேல் வெந்துயரம்
வந்தால் அதுமாற்று வான்.
அறிவானுந் தானே அறிவிப்பான் தானே
அறிவாய் அறிகின்றான் தானே -அறிகின்ற
மெய்ப்பொருளுந் தானே விரிசுடர்ப்பா ராகாசம்
அப்பொருளுந் தானே யவன்
அன்றுந் திருவுருவங் காணாதே ஆட்பட்டேன்
இன்றுந் திருவுருவங் காண்கிலேன் -என்றுந்தான்
எவ்வுருவோன் நும்பிரான் என்பார்கட் கென்னுரைக்கேன்
எவ்வுருவோ நின்னுருவ மேது

இப்பாக்கள் அம்மையாரின் உறுதிநிலையை உணர்த்தும்.

மங்கையர்க்கரசியார், நின்றசீர்நெடுமாறன் என்னும் கூன் பாண்டியன் மனைவியார். கூன்பாண்டியன் சைவசமயம் விடுத்துச் சமண சமயந் தழுவினான். அரசன் எவ்வழி அவ்வழி குடிகள். மதுரைமா நகரம் சமண சமயத்தால் மூடப்பட்டிருந்தது. கோயில் பூசைகளுக்கும் முட்டு நேர்ந்தது. மங்கையர்க்கரசி யார்க்குச் சைவ சமயத்தில் பற்றுண்டு.

நாயகன் செல்லும் வழி நாமும் செல்லலாம் என்ற எண்ணம் நாயகியார்க்கு உண்டாக வில்லை. நாயகன் வேறு சமயந் தழுவினமையான், அவனை விடுத்து அம்மையார் பிரியவுமில்லை; அவன் கொண்ட சமயத்தைத் தழுவவுமில்லை. அம்மையார் நாயகனோடு வாழ்ந்து, அவன் விருப்பப்படி நடந்துவந்தார். நாயகனையும் பதியையுந் திருத்த வேண்டுமென்னும் மனவெழுச்சி அம்மையாரை விட்டகல வில்லை. மங்கையர்க்கரசியார் முயற்சியால் திருஞான சம்பந்த சுவாமிகள் மதுரைக் கெழுந்தருளிச், சைவ சமயத்தை நிலைநிறுத்தி, அரசன் முதலிய பலரைச் சைவ சமயந் தழுவுமாறு செய்தனர். இவ்வளவிற்குங் காரணர் மங்கையர்க்கரசியாரே யாவர். இவர்தம் வீரச்செயலை என்னென்று கூறுவது?

இப்பொழுது நமது தேசத்தில் அன்புநெறி அருகியிருக் கிறது. அதை மீண்டும் தேசத்தில் நிலைபெறுத்தப் பல மங்கையர்க்கரசிகள் தேவை. ஆண்மக்கள் மேல்நாட்டு நாத்திக மயக்கத்தில் உறங்கினும், தாய்மார்கள் அவர்களைத் தட்டி எழுப்பிச் சுதேச ஞான பாதையில் நடக்குமாறு செய்தல் வேண்டும். பெண்மக்கள் மனங்கொண்டால் விதேசியம் ஒழிந்து, சுதேசியம் வளர்ந்தோங்கும் என்பதிற் சந்தேகமில்லை. நாயன்மார் செய்துவந்த திருத்தொண்டிற்குப் பெரிதும் நாயகிமார் துணை செய்தனர். பெண் மக்களின் உதவியின்றி எக்காரியமுஞ் சித்தி பெறாது. மங்கையர்க்கரசியார் ஒருவர் உழைப்பில்லாவிடின் சைவ சமய மெங்கே? சிவனடியார் எங்கே? ஆதலால் பெண் மக்கள் உழைப்பு இன்றியமையாதது.

வீரம்

கடவுள் அடியவர் என்பவரெல்லாங் கோழைகள் என்றும், அவர்தம் நெறியில் வீரம் இல்லை என்றும் இக்காலத்துச் சிலர் பேசுவதுண்டு. இவரனைவரும் அடியவர் வரலாற்றை ஊன்றி ஆராயாமலே வாயில் வந்தவாறு பேசுகிறார். நாயன்மார் வரலாற்றில் வீரஞ் செறிந்துகிடத்தல் வெள்ளிடைமலை.

கண்ணப்பர் அன்பர்; பேரன்பர். அவர்தந் தொழில் என்ன? வேட்டையாடுவது. கோழை வேட்டையாடுவாரோ? கண்ணப்பர் வேட்டைத் திறம் பெரியபுராணத்தில் நன்கு வருணிக்கப்பட் டிருக்கிறது. எறிபத்தர் கருவூரில் வாழ்ந்த ஒரு சிவனடியார். அவர் சிவகாமியாண்டாரின் புட்பத் தொண்டுக்கு ஊறு செய்த பட்டத்து யானையை வீசி எறிந்தார். பிழைசெய்த யானை - மன்னர் யானை - பட்டத்து யானை - என்று எறிபத்தர் அஞ்சினரோ? ஒரு யானையை மழுவால் எறிந்து வீழ்த்தியது வீரமா? கோழமையா? அறிஞர்கள் உன்னுவார்களாக. ஏனாதி நாத நாயனார் என்பவர் ஒரு வீரர். சிலம்பக் கூடம் அமைத்து வாள்வித்தை பயிற்றுவிப்பது அவர்தந் தொழில். வாள்வித்தை பயிற்றுவித்த ஒருவர் அடியவரா யிருந்தமை கருதத்தக்கது. மற்றும் பல நாயன்மாரது வீரத் திறங்களை ஈண்டு விரிக்கின் கட்டுரை பெருகும். அவைகளைப் பெரிய புராணத்திற் காண்க.

நாயன்மார் வீரம், இகலை அடிப்படையாகக் கொண்ட தன்று. இகலை அடிப்படையாகக் கொண்டெழுவது வீரமாகாது. வீரத்தினடியில் அன்பு - ஈரம் - இரக்கம் - ஊர்தல் வேண்டும். எறிபத்தர், மன்னரிடம் அன்புரை கூறியதும், ஏனாதிநாத நாயனார், அதிசூரனை முதன்முறை புறமுதுகிடச் செய்து, பின்னே அவன் அடியவனாய் முகங்காட்டியபோது, தாமே அன்பால் தலை சாய்த்துக் கொடுத்ததும் புலப்படுத்துவ தென்னை? இவை, நாயன்மார் ஈரநெஞ்சின ரென்பதை யல்லவோ புலப்படுத்துகின்றன?

ஆரங் கண்டிகை ஆடையுங் கந்தையே
பாரம் ஈசன் பணியல தொன்றிலார்
ஈர அன்பினர் யாதுங் குறைவிலார்
வீரம் என்னால் விளம்புந் தகையதோ

- பெரியபுராணம்

இறுவாய்

நாயன்மார், உண்மை - உறுதி - அஞ்சாமை - ஒழுக்கம் - வீரம் முதலியவற்றைக் காத்துவந்த குறிப்புகள் பல படக் கிடக்கின்றன. விரிவு பெரியபுராணத்திற் காண்க. நாயன்மார் தாம்கொண்ட வீர வைராக்கியம் முற்றுப்பெறு மட்டும் உயிரையும் பொருளாக மதியாது உழைத்துவந்ததை நேயர்கள் கவனிப்பார்களாக. நாயன்மார் கண்ணைப் பிடுங்கியும், கழுத்தை யறுத்தும், கையை யறைத்தும், தலையை யெரித்தும், வயிற்றைக் கீறியும், பிள்ளையை யறுத்தும், வேறு பல செயற்கருஞ் செயல் களைச் செய்தும் தமது வீர வைராக்கியத்தைச் சாதித்தனர். வைராக்கியத்தைச் சாதிக்கும் பொருட்டு மண்ணை யிழக்கலாம்; பொன்னை யிழக்கலாம்; பெண்ணை யிழக்கலாம்; உடலையும் ஒழிக்கலாம்; உயிரையும் ஒழிக்கலாம். பிற உயிர்க்குத் தீங்கு செய்யாது தியாகத்துக்கு உட்படுவதே அறவொழுக்கம். பிறர்க்குத் தீங்கு சூழ்வித்து ஒருவர் வாழ விரும்புவது அற நெறி யாகாது. வைராக்கிய நெறியை வளர்க்கும் அறிவாற்றல் பெறுவதற்கு நாயன்மார் சரிதங்கள் உறுது செய்யும்.

நாயன்மார் சரிதங்களை வாசிப்பதனாலும், அவர்தந் திருநாமங்களை ஓதுவதனாலும், அவரது திருவாக்குகளைப் பாராயணஞ் செய்வதனாலும், அவரைப் பூசிப்பதனாலும் உண்மை சிறந்து, உறுதி, அஞ்சாமை, ஒழுக்கம், வீரம் முதலியன அரும்பும். மனிதன் எதை நினைக்கிறானோ, எதைப்பற்றிப் பேசுகிறானோ, அவன் அதனதன் வண்ணமாக மாறுகிறான். இவ்வுண்மை உணர்ந்த முன்னோர்கள், மக்கள் அறிவு உலகாயத மதத்தில் தோயாதவாறு காக்கும் பொருட்டுச் சந்தியாவந்தனம், க்ஷேத்திர யாத்திரை, ஆன்மார்த்த பூசை, வேதமோதல், புராணங் கேட்டல் முதலிய ஞான முறைகளைக் கோலினார்கள். இப்பொழுது நமது நாட்டுக் கல்வி அருகினமையால் நாத்திகம் பெருகுகிறது. ஆதலால் இந்நாளில் நாயன்மார் திறம் நாட்டுக்கு எல்லாவழியிலும் பயன்படுவதாக. நாயன்மார் திறத்தைப்

போற்றி, அவர்தங்குணங்களைப் பெறுவது, பழந்தமிழ் நாட்டை மீண்டும் படைப்பதாகும்.

சகோதரிகளே! சகோதரர்களே! நாயன்மாரை மறவாது போற்றுங்கள்; அவர்தம் பாடல்களை ஓதுங்கள்; நீங்கள் அவர் ஆவீர்கள்; அவரைப்போலச் செயற்கருஞ் செயல்களைச் செய்வீர்கள்.

தில்லைவா ழந்தணரே முதலாகச் சீர்படைத்த
தொல்லையதாந் திருத்தொண்டத் தொகையடியார் பதம் போற்றி
ஒல்லையவர் புராணகதை யுலகறிய விரித்துரைத்த
செல்வமலி குன்றத்தூர் சேக்கிழா ரடிபோற்றி

- உமாபதி சிவாச்சாரியார்.

சுந்தரமூர்த்தி சுவாமிகள் அருளிச் செய்த

திருத்தொண்டத் தொகை

திருச்சிற்றம்பலம்

தில்லைவாழ் அந்தணர்தம் அடியார்க்கும் அடியேன்
திருநீல கண்டத்துக் குயவனார்க் கடியேன்
இல்லையே என்னாத இயற்பகைக்கும் அடியேன்
இளையான்றன் குடிமாறன் அடியார்க்கும் அடியேன்
வெல்லுமா மிகவல்ல மெய்ப்பொருளுக் கடியேன்
விரிபொழில்சூழ் குன்றையார் விறன்மிண்டர்க் கடியேன்
அல்லிமென் முல்லையந்தார் அமர்நீதிக் கடியேன்
ஆரூரன் ஆரூரில் அம்மானுக் காளே. *(1)*

இலைமலிந்த வேல்நம்பி எறிபத்தர்க் கடியேன்
ஏனாதி நாதன்றன் அடியார்க்கும் அடியேன்
கலைமலிந்த சீர்நம்பி கண்ணப்பர்க் கடியேன்
கடவூரிற் கலயன்றன் அடியார்க்கும் அடியேன்
மலைமலிந்த தோள்வள்ளல் மானக்கஞ் சாறன்
எஞ்சாத வாட்டாயன் அடியார்க்கும் அடியேன்
அலைமலிந்த புனல்மங்கை ஆனாயர்க் கடியேன்
ஆரூரன் ஆரூரில் அம்மானுக் காளே. *(2)*

மும்மையால் உலகாண்ட மூர்த்திக்கும் அடியேன்
முருகனுக்கும் உருத்திர பசுபதிக்கும் அடியேன்
செம்மையே திருநாளைப் போவார்க்கும் அடியேன்
திருக்குறிப்புத் தொண்டர்தம் அடியார்க்கும் அடியேன்
மெய்ம்மையே திருமேனி வழிபடா நிற்க

வெகுண்டெழுந்த தாதைதாள் மழுவினால் எறிந்த
அம்மையான் அடிச்சண்டிப் பெருமானுக் கடியேன்
ஆரூரன் ஆரூரில் அம்மானுக் காளே. *(3)*

திருநின்ற செம்மையே செம்மையாக் கொண்ட
திருநாவுக் கரையன்றன் அடியார்க்கும் அடியேன்
பெருநம்பி குலச்சிறைதன் அடியார்க்கும் அடியேன்
பெருமிழலைக் குறும்பர்க்கும் பேயார்க்கும்
அடியேன்
ஒருநம்பி அப்பூதி அடியார்க்கும் அடியேன்
ஒலிபுனல்சூழ் சாத்தமங்கை நீலநக்கர்க் கடியேன்
அருநம்பி நமிநந்தி அடியார்க்கும் அடியேன்
ஆரூரன் ஆரூரில் அம்மானுக் காளே. *(4)*

வம்பறா வரிவண்டு மணநாற மலரும்
மதுமலர்நற் கொன்றையான் அடியலாற் பேணா
எம்பிரான் சம்பந்தன் அடியார்க்கும் அடியேன்
ஏயர்கோன் கலிக்காமன் அடியார்க்கும் அடியேன்
நம்பிரான் திருமூலன் அடியார்க்கும் அடியேன்
நாட்டமிகு தண்டிக்கும் மூர்க்கர்க்கும் அடியேன்
அம்பரான் சோமாசி மாறனுக்கும் அடியேன்
ஆரூரன் ஆரூரில் அம்மானுக் காளே. *(5)*

வார்கொண்ட வனமுலையாள் உமைபங்கன் கழலே
மறவாது கல்லெறிந்த சாக்கியர்க்கும் அடியேன்
சீர்கொண்ட புகழ்வள்ளல் சிறப்புலிக்கும் அடியேன்
செங்காட்டங் குடிமேய சிறுத்தொண்டர்க் கடியேன்
கார்கொண்ட கொடைக்கழறிற் றறிவார்க்கும் அடியேன்
கடற்காழிக் கணநாதன் அடியார்க்கும் அடியேன்
ஆர்கொண்ட வேற்கூற்றன் களந்தைக்கோன் அடியேன்
ஆரூரன் ஆரூரில் அம்மானுக் காளே. *(6)*

பொய்யடிமை யில்லாத புலவர்க்கும் அடியேன்
பொழிற்கருவூர்த் துஞ்சிய புகழ்ச்சோழர்க் கடியேன்

மெய்யடியான் நரசிங்க முனையரையர்க் கடியேன்
விரிதிரைசூழ் கடல்நாகை அதிபத்தர்க் கடியேன்
கைதடிந்த வரிசிலையான் கலிக்கம்பன் கலியன்
கழற்சத்தி விரிஞ்சையர்கோன் அடியார்க்கும்
அடியேன்
ஐயடிகள் காடவர்கோன் அடியார்க்கும் அடியேன்
ஆரூரன் ஆரூரில் அம்மானுக் காளே. *(7)*

கறைக்கண்டன் கழலடியே காப்புக்கொண் டிருந்த
கணம்புல்ல நம்பிக்குங் காரிக்கும் அடியேன்
நிறைக்கொண்ட சிந்தையால் நெல்வேலி வென்ற
நின்றசீர் நெடுமாறன் அடியார்க்கும் அடியேன்
துறைக்கொண்ட செம்பவளம் இருளகற்றுஞ் சோதி
தொன்மயிலை வாயிலான் அடியார்க்கும் அடியேன்
அறைக்கொண்ட வேல்நம்பி முனையடுவார்க் கடியேன்
ஆரூரன் ஆரூரில் அம்மானுக் காளே. *(8)*

கடல்சூழ்ந்த உலகெலாங் காக்கின்ற பெருமான்
காடவர்கோன் கழற்சிங்கன் அடியார்க்கும் அடியேன்
மடல்சூழ்ந்த தார்நம்பி இடங்கழிக்குந் தஞ்சை
மன்னவனாஞ் செருத்துணைதன் அடியார்க்கும்
அடியேன்
புடைசூழ்ந்த புலியதள்மேல் அரவாட ஆடிப்
பொன்னடிக்கே மனம்வைத்த புகழ்த்துணைக்கும்
அடியேன்
அடல்சூழ்ந்த வேல்நம்பி கோட்புலிக்கும் அடியேன்
ஆரூரன் ஆரூரில் அம்மானுக் காளே. *(9)*

பத்தராய்ப் பணிவார்கள் எல்லார்க்கும் அடியேன்
பரமனையே பாடுவார் அடியார்க்கும் அடியேன்
சித்தத்தைச் சிவன்பாலே வைத்தார்க்கும் அடியேன்
திருவாரூர்ப் பிறந்தார்கள் எல்லார்க்கும் அடியேன்
முப்போதுந் திருமேனி தீண்டுவார்க் கடியேன்
முழுநீறு பூசிய முனிவர்க்கும் அடியேன்

அப்பாலும் அடிச்சார்ந்த அடியார்க்கும் அடியேன்
ஆரூரன் ஆரூரில் அம்மானுக் காளே. *(10)*

மன்னியசீர் மறைநாவன் நின்றவூர்ப் பூசல்
வரிவளையாள் மானிக்கும் நேசனுக்கும் அடியேன்
தென்னவனாய் உலகாண்ட செங்கணனார்க் கடியேன்
திருநீல கண்டத்துப் பாணனார்க் கடியேன்
என்னவனாம் அரனடியே அடைந்திட்ட சடையன்
இசைஞானி காதலன் திருநாவ லூர்க்கோன்
அன்னவனாம் ஆரூரன் அடிமைகேட் டுவப்பார்
ஆரூரில் அம்மானுக் கன்பரா வாரே. *(11)*

திருச்சிற்றம்பலம்

முற்றும்.

★★★

www.ingramcontent.com/pod-product-compliance
Lightning Source LLC
LaVergne TN
LVHW050751061126
851857LV00013B/1102